காகித பறவை

திவ்யா.தே

யாப்பு பப்ளிகேஷன்

YAAPPU   PUBLICATION

(Affiliate by Aelay Publish)

Copyright © - திவ்யா.தே

All rights are reserved. No part of this publication may be reproduced, stored in a retrieval system or transmitted in any form or by any means , electronic , mechanical, photocopying, recording or otherwise, without the prior written permission of the consent of it's writer. The opinions/ contents expressed in this book are solely of the author and do not represent the opinions/ standings/ thoughts of publisher.

காகித பறவை

ISBN: 978-93-91423-10-0

First Edition: 2021

Typesetting By A.Siva Prakash

Proof Reading by Renuga devi

Cover Design by Anitha Dinesh

தொகுப்பை பற்றி சில வரிகள் :

எப்போதோ எங்கேயோ கேட்ட செய்தி எங்கோ ஒரு
பெண், எங்கோ ஒரு குழந்தை பாதிக்கப்பட்டதாக.
ஆனால் இன்று தினம் தினம் கேட்கும் வானிலை
அறிக்கையாக மாறிய அவலம். மங்கையையும்
விடவில்லை; மழலையையும் விடவில்லை; என் தாய்க்கு
நிகரானவர்கள் என்றும் பார்க்கவில்லை. பெண்மை
வேறும் சதையாகவும் காமத்தை போக்கிக் கொள்ளும்
இடம் ஆகவும் தெரிகிறாள். சுகத்தை தேடி சுதந்திரமாக
சுற்றி திரியும் காமுகனின் பார்வையில். மனதை மாற்றிக்
கொள்ளடா. இல்லையெனில் கறு அறுக்க படுவாய் எம்
மங்கையராள். எம் மங்கையரை காகித பறவையாக
கசக்கி போடுவதை நிறுத்தும் வரை. இந்த காகித பறவை
போல பல தொகுப்புகள் வெளி வரும். எழுத எழுத
பேனாவின் மை தீர்ந்து போகும் ஆனால் எங்கள்
உணர்ச்சிகள் தீராது. உங்கள் உணர்ச்சிகளை அழிக்கும்
வரை.

திவ்யா.தே

கல்வி, மருத்துவம், தொழிற்சாலை, கலைகள், வரலாறு, என எல்லாத் துறைகளிலும் சிறந்து விளங்குகிற வேலூர் மாவட்டத்தில் பிறந்த கவிதாயினி இவள்.

அண்ணனின் பிரிவை மறக்க கவிதைகளை வாசிக்க தொடங்கி இன்று தனக்கேன தனி வாசகர்களை உருவாக்கியவள்.

முதல் மேடையில் கிடைத்த விமர்சனங்களை தன் கவிதைகளுக்கு உரமாக்கி இன்று தனக்கேன தனி அடையாளத்தை உருவாக்கியவள்.

எதார்த்த வார்த்தைகளால் எதார்த்தமாக அனைவரின் மனதிலும் நுழைந்தாள்.

தமிழை காதலித்து கவிதைகளோடு வாழ்பவள்.

தாயை போல தமிழையும் நேசிப்பவள்.

இணைய தளத்தில் தொடர்ப்புக் கொள்ள divi_thoughts_

Mail I'd: diviithoughts@gmail.com

கரங்களிலே கரையும் வாழ்க்கை

தவிழும் வயதில் தந்தையின் கரம்!

தத்தி தத்தி நடக்கையில் தமையனின் கரம்!

பள்ளி, கல்லூரியில் தோழமையின் கரம்!

திருமணத்திற்கு பிறகு துணைவரின் கரம்!

தள்ளாடும் வயதில் பிள்ளைகளின் கரம்!

கரங்களிலே கரைகிறது காலமும் கனவுகளும்!

அன்று ஆங்கிலேயரால் கனவுகளை தொலைத்து

அடைப்பட்டனர் நம் பெண்கள்

இன்று காமுகன் களின் வெறியால்

இருட்டில் சுரண்டு கிடக்கிறாள்

பாவை என்றும் பார்க்கவில்லை

பால் மனம் மாறா

மழலை என்றும் பார்க்கவில்லை

உடன் பிறந்தவள் என்றும் பார்க்கவில்லை

தன் காம பசியை போக்கும் நோக்கத்தில்

தன்னை ஈன்றவள் என்றும் பார்க்கவில்லை

நம் காமுகன் கள்...

பறவையாக சுற்ற வேண்டிய நம்

பெண்களிடம் இருந்து வாழ்க்கையையும்

கனவுகளையும் என் சிலரின் உயிரையும் பறித்து காகித

பறவையாக கசக்கி எறிகின்றனர்

நம் சமுதாயத்தை பாதாளத்தில் தள்ள

துடிக்கும் காமுகன்கள்.

-    திவ்யா.தே(தமிழ் கிறுக்கி)

இணை எழுத்தாளர்கள்:

1. இரா.ரதிப்பிரியா

2. க.தனியரசு

3. க.மணிமேகலை

4. கவிஞர். ஸ்ரீதர்

5. கவிதேடல் கவிஞன் எம். மொய்தீன்

6. கவிப்பித்தன் மு. ஏழுமலை

7. செ. பாலா திருக்கோவிலூர், கரடி

8. செல்வமணி. ஏ

9. தமிழ்ச்சுடர்

10. நான் அமரன்

11. பாலசுந்தர்

12. ரா. மேரி ஸ்வப்னா

13. ராஜபிரகாஷ். மு

14. வீ. ஹேமவர்த்தினி

15. Dhesingraj. C

16. Kanmani_yin_kadhalan

17. Mohammed Rashith

18. Mohammed Ashraf Ali.H

19. Praveen. R

20. R. Tharani

21. Rabinston. S

22. Rajesh. M

23. Rtr. S. Rithika

24. Samivel kirushanthi

25. Sharvesvaran. V

26. Soundaryalaxmi Baskar

27. Thasbeeha Banu. Z

28. Vasanthakumar

பாலியல் வன்கொடுமை

பத்து திங்கள் எனை சுமந்து

வலியோடு எனை பெற்றவள்

ஒருத்தி !

வலியனைத்தையும் தாங்கிக்

கொண்டு எனை

வளர்த்தால் அவள் உடம்பை வருத்தி !

அவள் சுமையனைத்தும்

குறைக்க-சுமைகளை..!

நான் சுமக்க தொடங்கினேன்

சுகமாக

கஷ்டம் அனைத்தும் பொறுத்துக்

கொண்டு !

முதலாளிக்கு அடிமையாகினேன்..

பருவ வயதை அடையும் முன்பே

பாலியல் வன்கொடுமையில்

மாட்டிக் கொண்டேன்!

பார்ப்போர் கண்களுக்கும் கேட்போர்

காதுகளுக்கும் !

அச்சோ பாவம்!!என்றே போய்

சேர்ந்தது ;

குழந்தைகளுக்கு இறப்பென்பது

ஒன்றே !

இறக்கும் விதம் தான் வேறு -முன்பு

ஆழ்த்துளைக் கிணறு -இன்று

கொடூர ஆண்களால் பாதளக்

கிணறு !

சோகமனைத்தும் பொறுத்துக்

கொண்டு;

பெற்றோர்கள் கூட சொல்லும் ஒரே

வார்த்தை

நம்மால் என்ன செய்ய கூடும்-என்று

தான்....

இளைஞனே!! நீ எழுந்திரு,,

அக்ரமங்களையும் கொடுமைகளையும்

எரித்திடு..

எதையும் துணிந்து செய்ய

உன்னால் மட்டுமே முடியும்...

-இரா.ரதிப்பிரியா

ஆணுக்கிங்கே இளைப்பில்லை காண்

பறவைகள் இருந்தால் வேடுவனிருப்பான்

விலங்குகளிருந்தால் வேட்டையனிருப்பான்

சுவைப்பதற்கும் சுகிப்பதற்கும் நாமல்ல

எளியவனிருந்தால் வலியவனிருப்பான்

வலியவனாகிவிட்டால் வழிமறிக்க ஆளிருக்க மாட்டான்...!

காலத்தை கடந்து நில்

இலக்கை நோக்கி முன்னேறு,

இடையறாது போராடு,

தயக்கம் எதற்கு..?

எழு, நில், நட, ஓடு, பற,

தரையிலிருப்பதல்ல வாழ்க்கை, தரையின்று உயரே
எழும்புவது,

அங்கேயே நிலைப்பது

நகங்களும் பற்களும் ஆயுதங்கள் அல்ல

நம்பிக்கையும் வேர்களும்

சூட்சுமம் தெளிவும் மனதில் இருக்கட்டும் °யுக்தியும் வீரமும்

குருதியில் இருக்கட்டும்

பாதகம் செய்பவரைக் கண்டால் பயம்

கொள்ளலாகாதுபெண்ணே

மோதி மிதித்து விடு

முகத்தில் உமிழ்ந்து விடு

அமிலத்தோடு வருபவனை அடக்கம் செய் காமத்தோடு

வருபவனை கருவறு

காதலென்று வந்தாலும் புறந்தள்ளு

நாமார்க்கும் குடியல்லோம் நமனையும் அஞ்சோம்

கல்வியை கைக்கொள்

பதவியை அலங்கரி

அதிகாரத்தை உனதாக்கு

ஆணாதிக்கத்தை தடையற தாக்கு

கவிஞர் கதிர்வேல் தனியரசு

ஆதங்கம்

பிறர் பிள்ளைகளையும்

தன் பிள்ளை போல

என்னும் குணம் யாருக்கும் வருவதில்லை.

தன் வீட்டில் உள்ள பெண்கள்

 மட்டும் பாதுகாப்பாய் இருந்தால் போதும்....

பிறர் வீட்டு பெண்கள் மட்டும்

 எடுப்பார் கை பிள்ளை...

பெண் குழந்தைகள் இறைவனின் தேவதைகள்....

தன்னுடைய அனுப்பிளந்து உயிர் பெற்று வரும் உனது

குழந்தையும் ஒரு பெண் தான்...

இறைவன் வேறு உருவத்தில் வருவார் என்றால் அது பெண்

குழந்தைகள் தான்...

பெண்கள் நாட்டின் கண்கள்,

அந்த கண்களை வாழ விடுங்கள்...

இப்படி வக்கர புத்தி உள்ள ஆண்மகனே திருந்து
இல்லையெனில் திருத்தி விடு

        உனது தவறினை.....

அனைத்து௹ பெண்களையும் உனது அன்னை மற்றும்
சகோதிரியாக பார்...

பெண் குழந்தைகள் இந்நாட்டின் புதையல் அதனை ஆண்கள்
பாதுகாக்க வேண்டும்.

பெண்களை பூக்களாக எண்ணி கசக்கி எறியாதே...

உனக்கு ஒரு போதும் மன்னிப்பு என்பதே கிடையாது;
நினைவில் கொள்....

க. மணிமேகலை.

கருவறு வன்மம் கொண்டவரை

அழகு ரோசங்களை; அழிக்கும் காமபிசாசுகளை

முட்களாக குத்தி; கருவறு வாழ்விலே

வாழ்க்கை வாழ்வதற்கு; மட்டுமல்ல இங்கே

வன்மம் செய்வதையும்; அழிந்து ஒழிக்கவே

குழந்தைக்கு தொடும்; இடம் புரியுமா

பட்டதுயரம் இங்கே; சொல்லும் தெரியுமா

காக்கும் மனம்; காவியம் பாடுது

கரங்களை அழிக்க; இறைவனா வருவான்

நீயே அழிப்பாய்; யுத்தம் புரிய

சட்டம் வேண்டாம்; சவக்குழிக்கு சமர்ப்பணம்

நெருப்பாய் வாழு; கனலாக எழு

காரங்களை நீட்டாதே; பாவம் பார்க்காதே

படைத்தவராக இருந்தாலும்; தவற்றை உணர்ந்து

அனுநீயை கண்டு; பத்திரகாளியாக மாறு

அன்றாடும் வாழ்வு; போராட்டம் தான்

புரியாத மனிதா; பூக்களை கசக்காதே

உடன் பிறந்தவளிடம்; உன்கரம் தொடுமா

உன்னையும் பெற்றாலே; அவளும் பெண்ணோ

தளிர்களை தாரமாக்கும்; தரங்கெட்ட மனிதர்

தினமும் பூமியிலே; வாழந்தான் செய்கிறார்கள்

எத்தனை சொல்லமுடியாத; இன்னல்கள் இங்கே

ஏன் எங்களை; படைத்தாய் இறைவா

இன்பம் துன்பம்; அறியாத வயதிலே

எங்களை சீரழிந்து; இன்பம்தேடும் கொடுரனே

உயிர் துடிக்க; உடல் வலிக்க

எத்தனை கற்புகள்; இங்கே அழிக்கப்படுகிறது

உடலையும் உள்ளத்தையும்;

தினமும் உயிர்குடிக்கும்

பிணம் தின்னும்; கழுகாக தளிர்களை

குழந்தையின் உடல்களை; செதில்செதிலாக சிதைத்து

உயிர் எடுத்து; சீர்க்கெட்டவாழ்வு சிலர்

கவிஞர் ஸ்ரீதர்

பெண்மைக்கு பாதுகாப்பே இல்லை

பார்த்துப் பார்த்து உருவாக்கி வளர்த்தவர்கள்

வண்டி ஏற்றி விட்டார்கள் வேலைக்கு

கரையில்லா அடுப்பங்கரையில் சேர்ந்தேன் அடுக்கடுக்கா...!

கரை படிந்த மனித உருவில்

வர்ண வார்த்தையால் வரிசையில் காமுகர்கள்

சீண்டலில் அவர்கள் நாவு என்

பெண்மையை சூடு போடும்படி சோம்பல்..!

முறித்துக் கொண்டார்கள்; பெண்மை குற்றமா

நினைக்கும் வேளையில் வேய்ந்த ஓலை

பகல் வெந்து தணிந்ததோ ஓலை

வீடு - சாமம் ஒழுகி நனையுதோ .!

களிமண் தரை - பெண் காலிடைகசியுதே

ஈன்ற பிள்ளை - அவள் ஈர்கை தவழுதே .!

முற்றத்து வாய்க்கால் மும்முரமாய் நிரம்புதே

வாசற் படியில்லா வாசல்லங்கு வான்பாயுதே .!

விரித்த தரப்பால் விரயமாய் போகாதோ

அவள் விதி முடியும் முன்னே

வீட்டுத்திட்டம் கிடைக்காதோ சுடு மணலில்

அன்று சூடு மிதித்தவள் ஈர மணலில் - இன்று

ஈரக்கொலை நடுங்குகிறாள் .!

நண்டுவலை திரித்து; நாட்கூலி பிடித்தும்

வாறியெடுத்த மீனை வாடியில் சேர்த்தும் .!

வேள்வித் தீயில் - அவள் வேய்ந்த வீடுயிது

வேடிக்கை பார்ப்பதைவிட - சாமத்தில்

வேறுயென்ன செய்திடுவாள் கைக் குழந்தையோடு

இவள் கைம்பெண்ணாய் நடுநிசியில் கவனிப்பதற்கு

ஆள் - இன்றி கண்ணீரோடு கதறுகிறாள் .!

திடீர் மழையோடு - அவள் திட்டல்களும்

பொழிகிறது மங்கை இவள் – மன்றாட்டில்

மழைத்துளி சப்தமும் மங்குகிறது விடியாத

இரவோடு - பெண் விழிகளும் விலைபேசுது

புரியாத மனதோடு - இவள் புலம்பல்களும்

மறுநொடி குப்பையில் வீசப்பட்டதால் கதைபேசுது .!

கவி தேடல் எம் மொய்தீன் செனனை.*

வி(தை)தவை

பூவிழந்தாள் பொட்டிழந்தாள்

உணர்வுகளை இழந்தாளா

உணர்ச்சிகளைத் தான் மறந்தாளா

காளையின் உயிர்பறித்தது காளனின் குற்றமா

கன்னியின் குற்றமா - பாவம் அவளென்ன செய்வாள்

முதல்நாள் மணக்கோலம் மறுநாளோ மணாளனின்

பிணக்கோலம்

மணம்வீசும் மலருக்கோ

விதவைக் கோலம் - ஓர்நாள்

இன்பம் உயிர்வள்ளவரை துன்பம்

இன்பத்து பாலருந்த எல்லையில்லா ஆசைகளில்

இல்லறம் பயணித்தவள் இடிதாங்கியவளாய்

வெந்நிறம்

வெறுக்கத்தக்க ஒன்றா இல்லையில்லை; விரும்பத்தக்கதே ஆம்

...

நிறங்களின் இனங்களில் இது சிறப்புடையது

பிறகென்ன தயக்கம் பெருமயக்கம் அவளை உடுத்த

உக்கிரப் பார்வையாலே அவளுடம்பை புசித்தவர்கள் அவளின்

உள்ளத்தை ஏனோ ரசிக்க மறுக்கிறார்கள்

அவளின் எண்ணங்கள் அதன் வண்ணங்கள்

எல்லாமானது ஊனங்கள்

ஏக்கத்தீயில்

தினம்தினம் உருகி கருகி விடியல்வருமா

வேதனையில் நாணல் அவள் கோணலாய்!

ஆம்! கேள்விக் குறியாய் தேவை

கலப்பு மணம் மறுமணம் - இதுசில

பெரியோர்களின் அன்றைய வாதம்

புரட்டிபோடு புவிதனை புதிதாய்

அவளுக்கென்று ஒருமனம்

அறுவறுக்கத்தக்கதா மறுமணம் வாழ்வு கொடுத்திட

வஞ்சியர் வாழ்வு செழித்திட

மறுமண விதைவை மகிழுறுவாள் விதவை.

கவிப்பித்தன் மு.ஏழுமலை

கசக்கப்படும் பூக்கள்

பிஞ்சின் உடலையும் காமத்தோடு காண்கிறான்

பூக்காத மொட்டினை நசுக்கும் கொலையாளி

உறுப்பை மூடிய உடலின் சதைகளை

கண்களால் வேள்வியிடும் கலாச்சார அழிப்பாளி

சமூகத்தின் மலர்கள் சீரழிந்து போகுதே

மானுட உருவிலிருக்கும் கொடூர மிருகங்களால்

தினந்தோறும் செய்திகளில் இரையாகும் பாவைகள்

இளந்தளிரை சிதைக்கிறார்கள் திருந்தாத பாவிகள்

மனமற்ற கயவனால் கசக்கப்பட்ட பூக்கள்

பெற்றோரிடம் பிணங்களாய் வீசப்படும் பெண்கள்

துயரங்கள் துரத்தினால் துளியளவும் கலங்காதே

தோல்விகள் தொடர்ந்தால் துகளளவும் உடையாதே

தடைகள் வந்தால் அச்சத்தில் நடுங்காதே

தகர்த்து எறிந்திட எப்பொழுதும் தயங்காதே

வெற்றியின் வித்துக்களை நெஞ்சினில் விதைத்திடு

வேங்கையின் வீரத்தோடு வீரியமாய் முளைத்திடு

அதிகாரத்தால் அடக்கிடும் ஆணவத்தை அழித்திடு

அரங்கேறும் அநீதியின் முகத்திரை கிழித்திடு

மங்கையர் நினைத்திட்டால் மாற்றங்கள் நிகழுமே

மதியோடு முயற்சித்தால் கனவும் திகழுமே

உறுதியோடு போராடு வாழ்க்கை மாறுமே

உதிரும் பூக்களாய் இன்பம் பொழியுமே

எண்ணத்தில் நோக்கங்கள்

எரிமலையாய் எரியட்டும்

எரியும் தீச்சுடர் தீயவரை எரிக்கட்டும்

காகித பறவையாய் காற்றினிலே பறக்கிறது

காமுகனால் கொலையுண்ட காரிகைகளின் ஆன்மா

பாலியற் தொல்லை பாரினில் ஒழிந்திட

எழுகின்ற தீயாய் எழுந்திடு இன்றே

இளங்குருதி கொதிக்க துணிந்தெழு பெண்ணே

செ.பாலா திருக்கோவிலூர், கரடி

காணக்கிடக்கிறாள்

காணக்கிடக்க; கணங்கள் கழி காரணங்கள் கூட; காமங்கள்

ஆட, துன்பத்தில் மூழ்க, துயரத்தில் நீள... பேச்சற்று,

பேணிக்காத்தது... பேதமையென்று, நினைத்தாயோ...

பேசாது என்று நினைந்தாயோ,

இவள் மௌனத்தில்,

அவளின் அவலநிலையை அறியலயோ!

சதை, தோல்,அழகு என்பனவற்றை மட்டுமே பார்த்தாயோ...

மனிதம் என்ற உயிரைக் காணாதவர்களாக ஆணீர்களோ?

ஆதரவற்றவள் என்று நினைத்தாயோ,

தட்டிவிடுவதற்கு...   இவள் அழுகையில்,

சுதந்திரம் என்ற சொல் கேட்கவில்லையோ?

காமத்தால், உங்கள் வெறியால்...

நாங்கள் அழிய...

என் பாவம் செய்தோமோ?

இப்பெண் பிறவியில்

சுதந்திரம் என்பதையே உணராதவலானோம்...

செய்தி வாசிப்பவளாக வருபவள்,

இன்று உன் செய்கையால்,

தலைப்புச் செய்தியாக வந்து கொண்டிருக்கிறோம்...

என்றும் என்றென்றும் உரிமை கேட்டு...கேட்டு...

சளித்துபோனோம்...

இன்று உங்களின் செய்கையால்,

அழிந்துபோகின்றோம்...

என்றைய நாள் நீவிர், சகோதரர்களாக மாறுவீர்களோ....

அன்றைய நாள் சமத்துவமாகவும் மாறும்...

மாறுங்கள்...மாற்றுங்கள்...

உங்கள் சகோதரிகளுடன், இப்பூவுலகை!

செல்வமணி ஏ

கொடுமைக்கு கொள்ளி வை

உரலுக்கு சேலை கட்டினாலும்

உரசி பார்க்கும் வீணர்கூட்டம்

பெண்களை இழிவுபடுத்தும் காமுகனை

கண்டால்

கால் மிதியடியால் அடி

கன்னியர்களின் கற்பை களவாட

துடிப்பவனின் குரல்வளையை நெரி.

சதை வெறிபிடித்த காமுகன்

முகத்தில் காறி உமிழ்.

பெண்மையை வைத்து பிழைப்பு நடத்தும்

வேடதாரிகளை உலகிற்கு அடையாளபடுத்து.

காமுகன் தேடுவது உறுப்பை தான்

உறவுமுறை அல்ல; கருத்தால் ஒன்று பட்டாலும்

காமம் வருவது ஆணுக்கு மட்டுமே.

வண்புணர்வுக்கு

ஆட்படுவது பெண்ணினமே

திரானியற்று முடக்கப்பட்டு கலங்கப்பட்ட

பெண்களுக்காக போராடி நீதி கேட்டு

தொடர்கதையான வழக்குகள் வழக்கமாகி போனதே.

பெற்றோர்களின்

ஒப்பாரி ஓலங்கள் நீதி

தேவதையின்

மறைக்கப்பட்ட கண்களுக்கு தெரிவதில்லை.

கனவுகள் காரியவாதிகளால் கலவு போனது.

அவர்களின் நாடி துடிப்பு அடங்கும்வரை

கிளர்ச்சி செய்துவிடு; பெண்மையை

வண்புணர்வு செய்தவனை நாடு கடத்திவிடு

மரணதேவிக்கு காவு கொடுத்துவிடு

கருவறையில்

ஆஷீபாவின் அலரல்

காவல் நின்ற

கடவுளுக்கு கேட்கலையே

உணர்வற்று நின்றதுவும் கல்லாக இருந்ததாலா?

பிறப்புறுப்பும் கருப்பையுறுப்பும் இருக்கும்வரை

கொடுமைகள் அரங்கேற்றம் செய்யப்படும்.

வேறறுக்க கிளந்தெழுங்க தோழமையே.

தன்னெழுச்சியாய் சினம் கொண்ட சிங்கமாய்

வெகுண்டெழுவோம்!

சதிகார கூட்டத்தை

சவக்குழிக்குள் தள்ளிடுவோம்!

ஆணாதிக்கம் இருக்கும் வரை

அடிமரம் நாம் நிற்பது சாத்தியமில்லை.

நிஜம் தான் சமுதாயத்தில் ஏற்றமில்லை

பெண்கள் வாழ்வில் !

தமிழ்ச்சுடர்

பெண்மை

பெண்... ரணம் உதிராய்,"தேயும் பிறைகள்"!...

பூவிதழ் சூழ்ந்த,"மௌனத்தின் வனங்கள்"!...

வர்ணமில்லா,"ஓவியங்கள்"!...

மறை சூழ்,அகம் கொண்ட "தூவான கோலங்கள்"!...

பெண்மை என்ற "மென்மை",பொய்யில் சிக்கி கிழியும்,"விழு சிறகுகள்"!...

தனிப்படுக்கை!, தொட்டால் தீட்டு!,சிரித்தால் ஒழுக்கமற்றவள்!, சிந்தித்தால் ஆணவக்காரி!,ஆசை சொன்னால், பேராசைக்காரி!, என்றெல்லாம் ஏராளம்!...

இயல்பின் கோவத்தை, இருவிழி கண்ணீர், புதைத்து,"கரை அழிக்கும் பேரலைகள்"!...

"பாலினம் தோற்று,உடல் வளைவுகள்"கொண்டால் என்ன?,அவள் பெண்!... அவளுக்கென

"தேடல்களும்","நேரங்களும்","வெறுப்புகளும்"உண்டு!,அவள்
கருத்துகள் மொழிய,

அது மட்டும் ஏன்?!,செவி மடுக்க மறுத்து
அரவமற்று,கிடக்கிறது "அவனியில்"?!...

"எழுநாள் குருதி"மிதந்து!,ஏற்புடையாய் "வலிகள்
சுமந்து"!,"ஆடை"கொஞ்சம் விலகினால்!,"தகப்பன்
அகவையிலும்",ஓர் காமத்தின் பிடி!...

வாய்மொழிய வழிகள் அற்று!,மௌனத்தில்
சிதறி,நொடி,நொடிகள் தவித்து!,கரம் மீட்டி,தனை அணைத்து
கொள்ள,ஓர் நம்பிக்கை காத்து விழிகள் மீட்டி, இமைகள்
துடிக்கும் "பெண்மை" இங்கு ஏராளம்!...

அவள் கால் விரித்து,இச்சை கொண்டு,விந்து வீசி,தூக்கி
வீசுவதற்கு மட்டுமல்ல!...

அவள் வலிகள் கொண்ட "மகுடம் சூடா தேவதை"!...

"பிறப்பிடம் கொள்ளும் தெய்வம்"!...

பெண் "அகிலத்தின் சுழற்சியை,பாதத்தில்
சுமக்கும்"!,"வலிகளோடு நிழலாடும்",கூட்டுப் புழுவாய்!,

வர்ணம் தொலைக்கும் "வண்ணத்துப்பூச்சிகள்"!...

அவர்கள்!... -நான் அமரன்

நீந்த விடுவோம்

பச்சிளம் குழந்தை, பசுவென்றானால்;

பனிநீர் தீரும் முன்னே,

வாய்க்கு பச்சரிசி இடுகிறான்!

சாவில் இருந்து தப்பித்து,

சாதி வலையினில் விழுகிறாள்.

சட்டம் இதுவென மொழிகிறான்!

எவன் வரைந்த சட்டமோ?!

உடல் எனும் கூட்டினால்,

தட்டித் தடுமாறும் கட்டமோ?!

மெய் மறைக்கா அரைஆடையோ,

கிளிஞ்சல் இல்லா முழுவாடையோ,

முள்ளின் கையாலே கிழிக்கிறான்.

பொய்யறியா, குழவியின் அணையாடையோ

செய்யறியா, விடாய்கால அணையாடையோ

பேய்களின் கையாலே அவிழ்க்கிறான்.

சினம் துளையினை துளைத்து,

அமிலம் அதிலே ஊற்றி,

அவனின் கதறலைக் கேட்கனும்!

அவனின் கதறலின் ஓசையை,

இவளின் வலிகளின் முற்றாய்,

சடங்கின் சங்கோசை ஆக்கனும்!

தத்தி தவளும் போது,

பொம்மைக்கு ஏங்கி, அவள்

பின், பொம்மையாய் ஏமாறுகிறாள்.

மாதவிடாய் மனுவிட்ட நேரத்தில்,

விழாவென எடுத்ததைப் பார்த்து,

தலை நிமிர்ந்து நிற்கிறாள்.

அடுத்த மாதமே, அவளிடமிருந்து,

கேதமும் வேதமும், ரத்தத்தால்

மறைக்கையிலே, தீட்டாய் ஏமாறுகிறாள்.

மார்புகள் வலுவாகும் நேரத்தில்,

தோள்மேல் கையிட்ட, தோழனின்

கைகளை, எவனோ எடுத்துவிடுகிறான்.

காதலால் கலங்கிடுவாள் என்றோ,

காமனால் கசங்கிடுவாள் என்றோ,

விரியும் இறக்கைகளை அறுக்கிறான்.

பாதையில் தவறிடுவாள் என்றோ,

நிச்சலில் மூழ்கிடுவாள் என்றோ,

அன்பினால் சிறை பிடிக்கிறான்.

கடலிலே விழுந்த குழந்தை,

கைகால் தட்டி பிழைக்கும்!

அதுபோல், நீந்த விட்டால்தான்,

அவளுக்கு நீச்சல் பழகும்!

- பாலசந்தர்

காகித பறவை

சீர் மிகுந்த என் கண்களை

சீர்குழிய செய்தானே

சினம் கொண்டவன் என்ற கூறியவன் முன்

சிரழித்து சென்றானே

தவறு செய்தவனுக்கு இன்று

தண்டனையும் இல்லை

தவிக்கும் இதயத்திற்கு இன்று

தன்னம்பிக்கையும் இல்லை

அவனை பெற்ற தாயும்

பெண்தானே?

அவனுடன் பிறந்தவளும்

பெண்தானே?

பின்பு என் அவனை

காமம் தூண்டியதோ

பிஞ்சி முகம் கண்டும்

காமம் தான் தோன்றிடுமோ

குழந்தை சிரிப்பை கண்டும்

சிந்தனை தடுமாறிடுமோ?

கடவுளே கண் முன் தோன்றினாலும்

காமம் தான் தோன்றிடுமோ

அனைத்தையும் கண்டு காணாமல்

இருக்கும் கடவுளும் கல் தானோ?

காலமோ? காமமோ? கண்டவனுக்கு

காயம் தெரியாது

காதலன் கல்வனா? கணவன் கல்வனா?

தெரியாமல் கண் முடி தனமாக நம்பியவன்

கண்ணீரை பரிசாக தருகிறான்

காவலன் என்று நம்பியவன்

காணாமல் போக

காமம் தான் கண்முன் தோன்றுகிறது

படைத்தவன் பரிதாபம் பார்க்க

பாவம் செய்தவனுக்கு

பாகுபாடு பார்க்காமல்

காமம் தெரியாத அளவிற்கு

கண்மணியை கடவுள் போல்

நினைப்பதற்கு காலம்

பதில் சொல்லும்

காய்ந்த இலை போல்

இல்லாமல்

காட்டில் வாழும் சிங்கம் போல்

நடை போடு

புதிய வாழ்விற்க்கு!.

ரா.மேரி ஸ்வப்னா

அவளின் கண்ணீர்

அவ்வளவு தத்ரூபமாக எழுத முடியுமா

தெரியவில்லை.

கனத்த இதயத்துடன் எழுதுகிறேன்.

அவளின் கண்ணீரையும், துயரத்தையும்.

எதை எழுத பால்யத்தில் தந்தை

இழந்து தவித்ததையா?

பருவ வயதில் தாய் சொன்னதற்காக

காதலை விட்டுக்கொடுத்ததையா?

எதை எழுத?

வறுமைக்காக கனவுகள் தொலைத்ததையா?

வாழ்வுக்காக களைத்து உழைத்ததையா?

மாதவிடாய் என்ற பேரில்

மாதம் மூன்று நாள் ரத்தம் சிந்தியதையா?

குடும்பத்திற்காக திருமணம்

செய்துகொண்டதையா?

அடுப்படியிலே அடைந்து வெளியுலகம்

பார்க்காத ஏக்கத்தையா?

உரிமை பறிக்கப்பட்டதையா?

வன்முறைக்கு உள்ளாக்கப்படுவதையா?

எதையும் எழுத முடியவில்லை இதற்குமேல் அவளும் ஓர் உயிர் என்று

கண்ணீரோடு எழுதி முடிக்கிறேன்.

ராஜபிரகாஷ். மு

ஆண் எழுதுகோலில் பெண் (மை)

எம் ஆதிமை வேர் நீ

உன்னிலிருந்து உன்னாய் உனக்காய் நான்

எம் பின்னே நீ என்பர்

எம் கீழே நீ என்பர்

மறுப்பேன் ! மாற்றுவேன் !

முன்னாய் முதலாய் முகப்பாய் நீ

நான் உன்னை ஆட்கொண்ட தாபம்

சாகும்வரை விடாத சாபம்

நானிடும் பிச்சை சுதந்திரம் உனக்கன்று!

நாணிடும் தேகமே என்றும் உனக்கன்று!

நின் மென்மையும் வன்மையும

இடை வராவிடின் இப்பிரபஞ்சம் எது?

அண்டம் ஆளும் அணு(னு) நீ

அடங்காத அறிவியல் மோட்சம் நீ

இகழ் இச்சைக்கு இரையானாய்

ஈடில்லா மன்னிப்பு அருள் கேட்டேன்

புகழ் இணையாய் இறையானாய்

வேண்டும் அகல் வரம் ஒன்றே..

தேவி! உன் போல் ஒரு பெண் தெய்வம்!

வீ. ஹேமவர்த்தினி

காகித பறவை

விழியெனும் தீ சுடர்

ஒரு பெண் அறிவதில்லை!

சமூகம் எப்படிபட்டதென்பதை?

தகப்பனார் பார்வையிலும்,

தாயவள் அரவணைப்பிலும்,

இருக்கும் வரை!

வளர்ந்து அவள்

வெளி வரும் பொழுது தான்,

இச்சமூகம் சீரழிந்திருப்பதை அறிகிறாள்!

தன்னைப் பாதுகாத்துக் கொண்டு,

தன் கனவுகளை நோக்கி

ஒவ்வொரு நொடியும்

பயணம் செய்து கொண்டும்

இருக்கிறாள்!

பாலாய் போன சமூகத்தின்,

களைகளை

வெட்டவும் துணிகிறாள்!

விழி எனும் தீ சுடர் ஏந்தி

பார் உலகில் வலம் வருகிறாள்!

உண்மையும் நேர்மையும்

என்னை என்னால்

காத்துக் கொள்ள முடியும்

என்ற நம்பிக்கையில்!

DHESINGRAJ C

பெண்மை

இப்புவியில் இனிதாய் பூத்த பூவுக்கு

வலி தாங்க வலிமைமிக்க உயிர்க்கு

நட்பை தேர்ந்தெடுக்க சுதந்திரமும் இல்லை

காதல் செய்ய மனம் இருந்தும்

அவனை சேரும் வரம் இல்லை

கனவை வெல்ல; காலம் இல்லை

வேதனை தீர்க்க மருந்து இருந்தும்

அவ்வேதனையை தீர்க்கும் வழி இல்லை

சாதிக்க திறன்இருந்தும்

திறன் திறக்க திறவுக்கோல் இல்லை

மதியாய் மதிக்க மதிப்புள்ள மங்கைகளுக்கு

மரியாதையும் இல்லை

பெண்களை பொன்னாய் போற்றி

பாதுக்காக்க வேண்டிய சமூகத்தில் பாவைகளுக்கு

ஆண்மிருகங்களிடத்தில் பாதுகாப்பின்றி

புண்ப்படுத்தப்பட்டு

உயிர்குடிக்கும் உலகத்தில் உயிர்பிழைத்து வாழும்

பெண்களுக்கு பாதுகாப்புக்கான உலகம் விரைவில்

கட்ட அமைக்க வேண்டும்

"நீரின்றி அமையாது உலகு"

என்பதை பொய்யாக்கி பெண்ணே

"நீயின்றி அமையாது உலகு"

என்று நீ உணர்ந்துக்கொள்

தெளிந்துக்கொள்!

விழித்துக்கொள்!....

Kanmani_yin_kadhalan

விசித்திரமான உலகம்

விசித்திரமான உலகம்..

விழித்திரு பெண்ணே விழித்திரு..

தாய் மடியிலும் உன்னை விடுவதில்லை..

நீ தாயான பின்பும் விடுவதில்லை..

ஆறு மாதம் ஆகியும் உன்னை விடுவதில்லை..

அறுபது வயதானாலும் உன்னை விடுவதில்லை..

ஓடி விளையாடினாலும் உன்னை விடுவதில்லை..

நீ அயர்ந்து படுத்தாலும் உன்னை விடுவதில்லை..

நீ முழு கவச உடை அணிந்தாலும் உன்னை விடுவதில்லை..

உன் விருப்பப்படி உடை அணிந்தாலும் உன்னை
விடுவதில்லை..

நீ படித்தாலும் உன்னை விடுவதில்லை..

நீ பிச்சை எடுத்தாலும் உன்னை விடுவதில்லை..

உன் அண்ணனும் விடுவதில்லை..

உன் தம்பியும் விடுவதில்லை..

உன் போதை தந்தையும் உன்னை விடுவதில்லை..

நீ பேருந்தில் சென்றாலும் விடுவதில்லை..

நீ ரயிலுக்காக காத்திருந்தாலும் விடுவதில்லை..

விடுவதில்லை..விடுவதில்லை..விடுவதில்லை..

எப்போது கிடைக்கும் உனக்கு விடுதலை..

நம் நாட்டில் இன, சாதி,மொழி வேறுபாடின்றி அனைவரும்
ஒன்று என கருதினாலும் கூட உனக்கு விடுதலை இல்லை..

முன்னேறு..முன்னேறு..

முன்னேறு..நடக்க நடக்க பாதை வரும்..

அடிக்க அடிக்க தன் உன் விடுதலை வரும்..

ஜெய்ஹிந்த்

- Mohamed Rashith

காகித பறவை

தங்கமே வைரமே என்று கொஞ்சி

உன்னை வளர்த்தேன்

கல்வி குடுக்க பள்ளிக்கூடம் சேர்த்தேன்

நீ தேர்ச்சி பெற்று கல்லூரி போனாய்

வாழ்வின் கனவை கல்லூரியில் கண்டாய்

நானும் காய்ச்சல் வந்து படுக்க உன் கனவை மறந்து வேலை
தேடினாய்

உன்னை வேலைக்கு அனுப்பி மெழுகாக உருக

நம் வீட்டின் ஒளி நீ தானே

நீ நேசித்தவனை மனம் முடிக்க முயற்சிகள் செய்தேன்

பழி போடும் சமூகத்தில் நீ வாழ்வையா என்றே செய்தேன்

இறைவன் இவுலகை படகையில் பெண்ணை காக்க ஆணை

படைத்தான்

ஆனால் ஆண் தன்னை பெற்றவளும் பெண் என்பதை மறந்து பெண்களை கொலை செய்கிறான் தன்னை ஈன்றவளும் பெண் தன்னுடன் பிறந்தவளும் பெண் தன்னுடன் வாழ்பவழும் பெண் தானக்காக பிறந்தவழும் பெண்ணே

யாவையும் மறந்து பெண்களை வதைப்பவர்களுக்கு காவல் துறையும் காவல் கட்கிறதே

இது தானே உன் கண்ணீர்

உன் கண்ணீரும் வீண் தானே

சட்டத்திற்கு இது குற்றம் அந்த சட்டத்தை படித்து வந்தவன் குருடனாக நிற்கிறன்

இதற்கான விடியல் எப்போது அப்போதே பெண்கள் தலை நிமிரட்டும்.......

MOHAMMED ASHRAF ALI.H

பெண்களுக்கும் வேண்டும் சம உரிமை

ஆண் மகனுக்குத் தாய்ப்பாலாம்......

பெண் மகளுக்குக் கள்ளிப்பாலாம்.....?

ஆண்கள் என்றால் ஆட்சியாளர்கலாம்....

பெண்கள் என்றால் அடிமைகளாம்......

ஆண்கள் என்றால் மேதையாம்.....

பெண்கள் என்றால் பேதையாம் .....

ஆண்கள் என்றால் பெருமிதமாம்.....

பெண்கள் என்றால் இளக்காரமாம் ......?

ஆண் பிள்ளைகளுக்குப் பள்ளிகளாம்

பெண் பிள்ளைகளுக்கு அடுப்பறையில் சுள்ளிகளாம்

ஆண்களுக்கில்லை கட்டுப்பாடாம்

பெண்களின் வாழ்க்கையே கட்டுப்பாடாம்...

ஆண் என்றால் உயர்ந்தவராம்.....!?

பெண் என்றால் தாழ்ந்தவராம் .....

மனித வாழ்வில் பெண்களை

மதிப்பதில்லை மானிடர்கள் ....

என்ன கொடுமை இது கேட்க வாரீர்

பெண்களின் உரிமையை மீட்டுத் தாரீர்.......

பெண்களுக்கும் வேண்டும் சம உரிமை

யாருக்கும் தெரிவதில்லை பெண்களின் அருமை.....

பெண்கள் விடுதலை பெறும் வரை இந்நாட்டிற்கு இல்லை

விடுதலை .... நம் பாரதத் தாயே ஒரு பெண் தானே ..!?

அவளுக்கே சுதந்திரம் இல்லை இந்தப் பாரத நாட்டிலே...!

பெண்ணின் விடுதலையே இந்நாட்டின் விடுதலை

அதுவரை இந்நாட்டிற்கு என்றும் விடிவு இல்லை.....!

பெண்களே நாட்டின் கண்கள் என அனைவரும் அறிய

வேண்டும் ...... ஆண்களைப் போல் பெண்களும்

சமநிலைப் பெற்று வாழ வேண்டும்....

- ர.பிரவீன்

காலம் எப்போது வருபோ?

பறவை போல் பறப்பதற்குதான்

பல பெண்களுக்கு ஆசை!

அவர்களை

காகிதப் பறவைபோல்

கசக்கி எறிய

பல மிருகங்களுக்கு ஆசை;

மதிகெட்டு ஆசைப்பட்டு;

மழலை என்றும் பாராமல்

மார்பகங்களை அறுத்து

மரணப் படுக்கையில்

இடுவதோ மனித்தனம்?

இப்பூவுலகில்

பூப்போல் பூத்திருக்கும்

மங்கையெல்லாம் தம்

தங்கையென்று நினைத்திருந்தால்

கொடியனுக்கு ஏற்படுமோ இந்த

கொடிய ஆசை ?

அம்மனிதமிருகம் வாழும் இடத்தில்

வலுமான சட்டம் இருந்திருந்தால்

அவனுக்கு ஏற்படுமோ

இப்படியொரு இழி அசை?

பச்சிளங்குழந்தை என்னும்

பாராமல் தன் காமப்பசியால்

ருசிப்பவர்களுக்கு இட வேண்டும்

பலி தண்டணை மதியிழந்து அலையும் மனித

மிருகங்களுக்கு மரணதண்டனையிடும்

காலம் எப்போது வருமோ?

R.THARANI

பாவையின் அழுகுரல்

உண்மையிலும் உண்மை

இது பார் அறிந்த உண்மை

இந்தியாவில் பெண்களுக்கு பாதுகாப்பே இல்லை

பெண்ணிடம் காட்டுவதெல்லாம் ஆண்மை அல்ல

பெண்ணிற்காக காட்டுவதே ஆண்மை

எங்கே போயினர் ஆண்மகன்கள்?

அந்தோ தடையேதும் இன்றி வனங்களில்

திரியும் மிருகமாகிப் போயினரே

அவர்கள் வேட்டையாடி உண்டு மகிழ - எம்

உடன்பிறவா சகோதரிகள் அணிந்து

கொள்வதென்னவோ

மரணமென்னும் ஆடையே!

இங்கே பாரத் மாதாகி ஜெய் என்பார்!

மேரி மாதாவின் கற்பு

வேண்டும் என்பார்!

பெண்களுக்கு முகத்திரை அவசியம் என்பார்!

உண்மையில் இங்கு ஆசை என்றால்

பள்ளி மாணவி என்றும் பாரார்!

பதின் பருவத்தினள் என்றும் பாரார்!

அகிலத்திற்கு அழகு சேர்க்கும்

இளம்பெண் என்றும் பாரார்!

பிஞ்சுக் குழந்தைக்கு பிரியமானவள் என்றும் பாரார்

இன்று பிஞ்சுக் குழந்தை

என்றும் பாராது போனார்

நல்ல வேளை பாரத மாதா இக்கலியுக

இந்தியாவில் பிறவாமல் போனாள்

ஒரு வேளை பிறந்திருந்தால்

ஒவ்வொரு

வேளையும் அஞ்சியே வாழ்வாள்

ஆணாய் பிறந்த நாம் யாவருமே வெட்கப்பட வேண்டும்

என்ன பெரிதாய் செய்துவிட்டோம்

பெண்களுக்கு கல்லறைகளைத் தவிர!

-ச. ராபின்ஸ்டன்

பெண் (எ) பூ

அழுகை ஓசையில் மரணித்த

மனிதனின் உறவினர்

அழுகை ஒருபுறம் இருக்க...!

இவ்வுலகிற்கு வருகை

தரும் இளம் பாதம் பெண்ணே....!

உன் அழுகையை நிறுத்திடு ஏன் என்றால்...

உன் தொடக்கம் அழுகையில் நீ...!

இவுலகில் வாழ தொடங்கும். போது

இவ்வுலகம் உன் வாழ்க்கையை...

அழுகை என்னும் நதி

பயணத்தில். கண் ஒன்று

பார்க்க மனம் கூறுடாக ஆன...

சில உதவியாளர் உதவியை

நீ நம்ப வேண்டியது இருக்கும்

அவ்உதவி வேண்டாம்

என்று தனே தனியாக

பயணித்து கொள்வோம் என்று நீ...!

என்னும் போது கறை படியா

உன் கற்பை கலங்கம் படிய பொய்மை

வாய்ந்த நல்லவன் வருகிறான்.

அவனிடம் உன்னை பற்றி

சொல்லி அடைக்கலம் கேட்டால்

புறம் பேசும் உதடு

மெய் போல் நாவை அசைத்து ஆடும்...

பொய்மை நிறைந்த சொற்கள்

உன்னிடம் பேசும்...!

எனினும் தனிமைக் காட்டில்

தனித்து பயணிக்க

இயலாத கொழுந்து விட்டு

எரியும் நெருப்பு பந்தை

ஒற்றை பிடித்து கொண்டு

போனால் நம்பிக்கையாக

பத்திரமாக சென்றுவிடுவோம்...

என்று எண்ணி கொண்டு

செல்லும் அத்தீபந்தமே

தன்னை எரித்து விடும்

என்று அறிந்து.மற்றொரு

தீ பந்தம் நம்மை

எவ்வாறு காப்பாற்றும்...?

என்று எண்ண தோன்றும்...

மனநிலையில் பெண்ணே...!

மங்களமாக மனபெண் போன்று

உன்னை ஓலை வீடு கட்டி

அதனுள் எங்கள் விட்டு

பெரிய பொண்ணு...!

எங்கள் வீட்டு கல்யாணம் பொண்ணு...!

என்று பெரியவர்கள் ஆசிர்வாதம்

பெற்ற ஓலை வீட்டுக்காரியே...!

நான்கு சுவற்றில் பூட்டிவைக்க

என்னும் செவி அற்ற மூடார்க்குட்டம்.

அச்சுவற்றை உடைத்து வா பெண்ணே...!

உன் கோழை அழுகையை

விட்டு வீரம் என்னும் இடி முழங்கா நீ....

வா பெண்ணே......

RAJESH. M

வேதனை

மானிடனை மணம்புரிந்து

மக்கட்பேறு பெற்று குழவியை ஈன்ற

தன்னலமற்ற தாய்க்கும்

தனது மாதுக்கும்

மூத்தகுடியும் இளையவரும்

வாழ்கின்ற வஞ்சகசமுதாயம்

திகட்டும் தீண்டாமையை

எட்டுத்திக்கும் தீட்டிவருவது

வேதனை,மனவேதனை.

சிறுசிறு உறுத்தல்களும்

சமுதாய வன்கொடுமைகளும்

பெண்களுக்கு ரத்த

காயத்தை மட்டுமின்றி

மிருகத்தை வேறாகவும்

மனிதனை வேறாகவும்

பிரித்துப்பார்க்கத் தூண்டவில்லை...

பெண்ணவளின் கரம்பிடித்து,

வீணைவாசிக்கத் தவறினாலும்,

விந்துக்களை செலுத்தி,

வீண்செய்ய வேண்டாமே...

ஆண்சமூகம் பெண்களுக்கு

எந்த சிக்கலிலும் அவர்களை சிதைக்க வந்ததல்ல,

மாறாக செதுக்க வந்ததே

எனஅச்சாணிபோல் மனதில்

பதியவைக்கவே வேண்டும்.

அப்பொழுதுதான், நாட்டில் சுந்தந்திரக் காற்று

சுவாசிக்க உகந்ததாகும்...

கவிஞர்.ரித்திகா

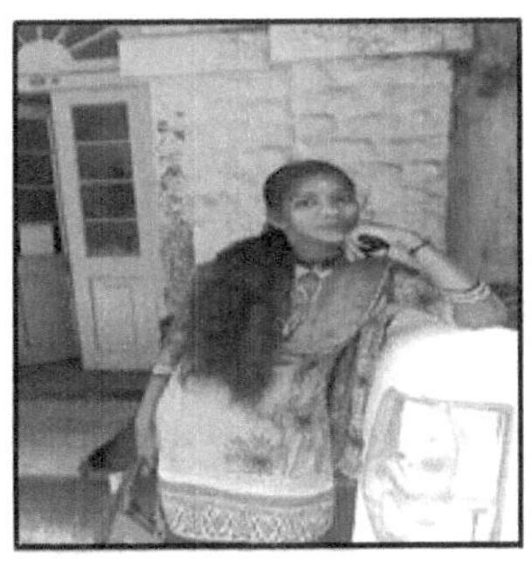

விடிவெங்கே...?

ஆதவன் அதிகாலை உதிப்பதா விடிவு... - இல்லை

அந்திமாலை மறைவதா அஸ்தமிப்பு...

இது போல மாறாத மாறவும் கூடாதா

நிஜங்கள் தான் எத்தனை...

அத்தனையும் பொய்யாகி போனதன்

காரணம் தான் என்னவோ...?

குற்றங்கள் இல்லாத எம் ராஜ்ஜியத்தில்

சட்டங்களின் அலைபாய்தலோ ஏராளம்

ஒரு வேளை எதற்க்காக சட்டம் என்ற கேள்வியில் தான்

குற்றங்கள் பிரசவிக்கப்பட்டனவோ என்னவோ...?

கட்டுப்பாடு என்ற அதிகாரபூர்வமான பெயரில்... !

அடிப்படை தேவைகள் என

உணவு உடை உறையுளுடன்

வரையறுக்கப்பட்டதே எம் உரிமைகள்...

உயிர் வாழும் உரிமை கூட இன்னொருவனின் ஆசையாக
மாறிவிட்டது...

அனைத்தும் அடிமையாக்கப்பட்டு

அழிந்து போகிறதே... !

ஆயிரம் அறிஞர்கள் பேசி இருக்கலாம் இன்றைய சிறுவர்கள்
நாளைய தலைவர்கள் என - ஆனால்

ஏழ்மையில் ஏங்கி வறுமையில் வாடி...

அடிமை கொத்தணிகளில்

அரக்கர்களின் இரக்கமில்லா கொடுமைகளில்

சிக்கிக்கொண்டு தன்னையே தான் தானம்...

இல்லை இல்லை அப்படி அல்ல...

தன்னையே தான் விலை ஏதும் இல்லாமல் விற்றபனை

செய்கிறார்கள்,

இதற்கென்ன தீர்வோ - ஒரு வேளை அந்த சிவனே

இறங்கி வருவானோ

எரிந்து அழிந்து போன

பிண சாம்பல்களை அள்ளி பூசிக்கொள்ள...?

விடிவுதான் வருமென காத்து கொண்டிருக்கும்

ஒவ்வொரு இதயத்திற்கும் இதமான பரிசு

ஒரு நாள் அதன் காத்திருப்பை

அதுவே மறந்து விடும்

ஏனென்றால் அதன் துடிப்பே

அதற்கு சொந்தமில்லை...

சிறுவர்களின் இன்னல்களுக்கு

தீர்வுதான் என்னவோ...?

காத்திருப்பது சுகம் என கூறுவதற்கு

இதுவொன்றும் காதல் இல்லை...

முயற்சி தான் வெற்றி - ஆனால்

அடையும் வெற்றி கூட அதிகாரத்திற்கு

அடிமையாகி போவதில் தான் வருத்தமே...!

விடிவெங்கே......? விடிவெங்கே...? - என

எண் திசைகளில் irundhu. ஏராள கேள்விகள்

தேடி பார்க்க கூட தேவையில்லை

இதுதான் தேவை என ஆங்காங்கு தலைதூக்கும்

மிருகத்தனத்தில் தானோ...? !

கயவர்களின் கைகளில் சிக்கிக்கொண்ட

சரித்திரங்களாய் புரட்ட கூடிய பெண்கள்

குப்பைகளாய் கசக்கி எரியப்படுவதுதான்

எந்த தேவன் தந்த சாபமோ...?

விதி விலக்கில்லா விதியும் இல்லை

விமோசனம் இல்லாத sabamum இல்லை

பெண்மையை மதிக்காத மானங்கெட்ட மனிதரிலே

முக்கியமாகி போனது மங்கையின்

உடல் சுகம் மட்டும்

சீரழிக்கப்பட்ட கற்புதான் இன்று

கதை பொருளாகி போகிறது

சிறுமை படைத்த சிந்தை இல்லாதவன்

கதாநாயகன் ஆகிறான்...

காலம் காலமாக ஒரே கேள்விதான்

விடிவுதான் எப்போது.?

எங்கேதான் அது ஒழிந்து கொண்டது.? - நான்

சொல்லுகிறேன்... !!

நாகரிகம் என்ற பெயரில்

நம் மறந்த மென்மைத்தகு மனிதம் எங்கே...?

அங்கேதான் விடிவு,

அனைத்தும் சமமென நம் போற்றும்

மதிப்புமிகு மனிதத்தை எப்போது மீண்டும் அடைகிறோமோ..!

அப்போதுதான் விடிவு,

அதுவரை பல போராட்டங்களில்

உரிமை அத்துமீறல்கள் சிலதையாவது

கட்டுக்குள் கொண்டு வருவோம்.....

அஹிம்சையே வெல்லும்,

சாமிவேல் கிருஷாந்தி.

லட்சத்தில் ஒரு பெண்/ குழந்தை பாதிக்கப்பட்டதாக தகவல்

பச்சை குழந்தையிடம் இச்சை தீர்த்தாயோ?

மலரும் முன்னே மலரை பறித்தாயோ?

சிந்தை சிதைந்தவனே செத்துப்போ;

செத்துப் போகும் முன்னே சென்நாய்கள்

தேவையினை நரம்பில்லா உடலால் தீர்த்துப்போ

மதியை மதுவால் வளர்த்த சமுகத்தால்

எம்மகளுக்கு இட்ட கொடுமைகள்

போதாது போதாதென்று இன்று

அவள் மகளை தொட வளர்ந்துவிட்டாய்

இச்சமுகம் தூங்கட்டும் சட்டந்தானே இருக்கிறது

உன் கதவும் தூரமில்லை எட்டிப்பார்

சர்வேஸ்வரன்

யாரோ எங்கோ என்றும் என்னாதே

உன் கதவை அவனும், அவளும்

யாரோ என்றே ஏய்த்துப்போவார்கள்

அவள் பட்ட வலியை அவள்முன்னே

அவள் பிள்ளைகள் படுகிறதே, பாவம்

பெயர்போன சுதந்திர நாட்டில்தான் நாங்களும்

வசிக்கிறோம் வலிகளை சொல்லமுடியாமல்

வேடிக்கை பொருளாகவே ஆகிவிட்டது இச்சமுகம்

இந்தச் சமுகத்தில் எங்கள் வலிகள் மறுத்துப்போனது

வெறுத்துப் போனது தினம் ஒருதகவலாய்

எங்கள் கொடுமைகள் கேட்பது நாங்களும் வாழத்தானே

பிறந்தோம் இப்புவியில் வண்டிக்காரன் போல வந்து

வாட்டுகிறார்களே பெண்மை மென்மை என்பதாலே உந்தன்

வீரம் வெளிப்பட்டதோ இங்கு என்னிடம்.

வேலுநாச்சியாய் வெளிவர போகிறோம் இனி

எனை வாட்டும் பிணங்களை சரிக்கப்போகிறோம்

சர்வேஸ்வரன்

பெண்மை

பெண்ணாய்ப் பிறக்க, மாதவம் செய்ய வேண்டுமாம்!

தவம் கொள்ளும் பொறுமை வேண்டுமாம்!

தூய்மையின் உச்சமாய் இருத்தல் வேண்டுமாம்!

தன்னலமற்ற தியாகம் வேண்டுமாம்!

எந்த ஆண்மகனும் காணாத கண்கள் வேண்டுமாம்!

அடி பிளராத நடை வேண்டுமாம்!

எதிர் வாதம் பேசாத மெல்லிய குரல் வேண்டுமாம்!

தனித்து வெளியே செல்ல அச்சம் வேண்டுமாம்!

சுதந்திரம் பேணா நெஞ்சம் வேண்டுமாம்!

மற்றோர் கோபங்களையும்

வன்மங்களையும் தாங்கும் உடல் வேண்டுமாம்!

கண்ணுக்குத் தெரியா கற்பை நிருபிக்க

அக்னிப் பரிச்சை செய்தல் வேண்டுமாம்!

மற்றோர் கண் கவரா அழகு வேண்டுமாம்!

வாய் விட்டு அழா உதடுகள் வேண்டுமாம்!

உயிருடன் இருக்கும் இயந்திரம் ஆக வேண்டுமாம்!

மிருகங்களுக்கு இரையாக மாறுதல் வேண்டுமாம்!

இப்படிக்கு, மனிதப்பிறவி வேண்டாத ஆண்மகன்!

Soundaryalaxmi Baskar

கண்மணியே பொன்மணியே பாடி வளர்த்தேன் - உன்னை

கொஞ்சி வளர்த்தேன் மலர்ச்சூடி வளர்த்தேன்.

வைகறையில் எழுந்து உன்ன வாரி முடிஞ்சேன் - நித்தம்

கல்வி கொடுத்தேன் அதில் தேர்ச்சி அடைஞ்சே.

எத்திசையும் எங்கும் உனக்கு பாதுகாப்பு இருக்கும்

என நினைத்தது என் மனம் செய்த

பிழையோ இல்லை; இந்த சமூகத்தின் சீரழிவோ?

காலமது கடந்துபோக சமூகத்தின் கண்கள் மங்க

மனமது நோகுதடி நெஞ்சமும்பதை பதைக்குதடி.

வீரமங்கையாய் வளர்த்தேன் உன்னை

விண்ணுலகும் ஆள்வாய் என

வீட்டைவிட்டு வெளியே அனுப்ப அச்சப்படும் அவலம் ஏனோ?

படைத்தானே இறைவன் ஆண் மகவை

அண்டமெல்லாம் மங்கையர்க்கு காவலனாய் - இன்று

பெண் காவலுக்கு வந்தவனும் யோக்கியனோ

பொன் கல்வி புகட்ட வந்தவனும் காவலனோ?

பயணங்கள் சென்றாலும் பணியமரச் சென்றும்

மனம் பதறுதடி பயங்கிளியே உன்னைநினைத்து

மங்கையரின் வாழ்வதும் மண்ணுலகில் மலர்ந்திடவே

மாறவேண்டும் கயவர்களின் மனம் அதுவே

சிந்தையில்கொள் ஆண்மகனே!!

ஒரு பெண் தனிமையில் இருந்தால் அவள் உனக்கு வாய்ப்பு
அல்ல பொறுப்பு.

தஸ்பீஹா பானு. ஜா

தாழை தமிழச்சி.

காகித பறவை

பேதை, பெதும்பை, மங்கை, மடந்தை,

அரிவை, தெரிவை பேரிளம்பெண்

போன்ற பெண்களை பேணி காக்க வேண்டிய

ஆண் சமூகமே !

நம் நாட்டின் கண்களை சீர்அழிக்க

ஒரு ஆணாய் பிறந்ததில வெட்கப்படுகிறேன்

இதழில் இனிப்பாய் பேசி

மனதினில் மிருகமாய் வாழும்

மானிடர் உலகத்தில் மங்கையாய் மலர்ந்து

வையம் போற்ற வளர்ந்து

ஒரு ஆணுக்கு மனைவியாய் மாறி

மாதராய் மழலையை சுமந்து

அம்மழலையும் வளர்த்து

பேரிளம்பெண்ணாய் வாழ்ந்து

பேரப்பிள்ளைகளை பார்த்து ரசித்து

மூதாட்டியாய் இறக்கும் பெண்களை

உன்தன் வாழ்வை முழுமை செய்பவளை...

உன்தன் பசிக்கு இரையாக்கவது நியாயமா?

பெண்களை தெய்வங்களாய் போற்றும்

எம் தாய்திருநாட்டில் இன்றோ அவல நிலை!

மழலை, தாய் எனக்கூட அறியாமல்

போதையில் கற்பை சூறையாடி

மூச்சை நிறுத்தி உயிர்ப் பறிக்கும்

மிருகங்களே அதிகம்

அவர்களின் சிரம் கொய்யவே

ஆணையிட காத்திருக்கிறான்;

எம் சிவபெருமான் பெண்களை

தேவதையாக பார்க்காமல்

அவர்களின் தேவைக்காக பயன்படுத்தும்

அவல நிலை ஒழிய வேண்டுமாயின்

சர்க்கஸ் சிங்கமாய் இயங்கும் பெண்கள்

சரித்திரப் பெண்ணாக மாறி

காட்டுசிங்கமாய் சீறி சிங்கபெண்ணாய்

வாழ்ந்து காட்டியே ஆக வேண்டும்...

Vasanthakumar